இது விற்பனைக்கு அல்ல

சே.ஆர்த்தி

ஏலே பதிப்பகம்

வெளியீடு:
ஏலே பதிப்பகம்
5/175, பாத்திமா நகர்,
கூத்தென்குழி,
திருநெல்வேலி – 627104
தொடர்புக்கு: 9944992571

Published By:
Aelay Publish
5/175, Fathima nagar,
Kuthenkuly,
Tirunelveli -627104
Phone: 9944992571

Design And Executed by

ISBN : 978-93-5533-066-6
Page : 36

நூற் குறிப்பு

"இது விற்பனைக்கு அல்ல" – கவிதை தொகுப்பு.இது என்னுடைய முதலாவது புத்தகம்.ஒரு பெண்ணின் காதல் உணர்வுகளை நான் இங்கு கவிதையாக வடிவமைத்துள்ளேன்.சங்ககால காதல் கவிதைகளைப் படித்திருப்போம்.இலக்கிய ததும்பும் இனிய கவிதைகளையும் படித்திருப்போம்.இன்று இக்கால புதுக் கவிதைகளையும் கொஞ்சம் படித்து பார்ப்போமே..

இப்புத்தகத்தில் முழுக்க முழுக்க காதல் ததும்பும் கவிதைகளை மட்டுமே காண முடியும்.கவிதைக்கு இன்னும் கொஞ்சம் மெருக்கூட்டுவதற்காக ஆங்காங்கே கிராமத்து சாயலில் ஒருசில கவிதைகளும் இடம்பெற்றிருக்கும்..

வாருங்கள்
வாசியுங்கள்
வாழ்த்துங்கள்...

நன்றி வணக்கம்..

ஆசிரியர் குறிப்பு

வணக்கம் வாசகர் பெருமக்களே நான் ஆர்த்தி.புதுக்கோட்டை மாவட்டத்தை சேர்ந்தவள்.முதுகலை தமிழிலக்கியம் படிக்கும் மாணவி.இலக்கியம் படிப்பதால் என்னவோ எனக்கும் கவிதை எழுத தொடங்கினேன்.எத்தனையோ புத்தகங்களை படிக்கும் போது நாமும் இதேபோல் ஒரு புத்தகத்தை எழுத வேண்டும் நம் பெயரும் புத்தகத்தில் இடம்பெற வேண்டும் என்ற ஆசை வரும்.அந்த ஆசை இன்று நிறைவேறியது..

"இது விற்பனைக்கு அல்ல" என்னும் கவிதை நூலை தங்களின் பார்வைக்கு சமர்ப்பிக்கிறேன்.என்னை ஆதாரித்து வழிநடத்தி செல்லுங்கள்.

பொருளடக்கம்

எப்போ மச்சா வருவீங்க..

பட்டணத்துக்கு போன மச்சா
பகல் கனவு காண வச்சா
பாதி இராவிலும் விழிக்க வைச்சா
பைத்தியமா என்ன அலைய வைச்சா

நிக்காத கடிகாரம் கூட
நின்னு தா போச்சோ மச்சா
நீங்க வரும் நேரம் பாத்து

சுத்துகிற பூமி கூட
சுத்தாம தா இருக்கோ மச்சா
நீங்க வரும் நாளப் பாத்து

ஊத்தி வச்ச ஓலையாட்டாம்
உள்ளமும் தா கொதிக்குது
ஆக்கி வச்ச சோறு கூட
அரலிப் போல கசக்குது

எண்ணமெல்லாம் உன்ன சுத்தி
எப்போதுமே கிடக்குது
ஏறுப்புடுச்ச கையால
என்ன எப்போ புடிப்பிங்க..?

ஓலப்பாய் விரிச்சு வைச்சு
உனக்காக தா காத்திருக்கே
ஓட்டு வீடு போதும் மச்சா
ஓடி நீங்க வந்துருங்க

பட்டணத்துக்கு வாழ்க்கை எல்லாம்
பாவி மக கேட்கவில்ல
பட்டிக்காடு போதும் மச்சா
பங்குனிக் குள்ள வந்துருங்க..!!

என்னவனுக்காய்

என்னவனே
தாமதிக்காதே என் கைசேர
தாமதமில்லாமல் கரைகிறது என் உயிர்

நிலவில் உன்னை காண சொல்லாதே
நினைத்தாலும் ஏமாற்றம் தருகிறது
நிலவற்ற நாள்

நீ வரும் நாளை எதிர்பார்த்து
நாள்காட்டியை புரட்டுகிறேன்
புரட்டிய பக்கங்களிலும்
உன் முகம் தான் தெரிகிறது

எதிலும் நீயாக
எதுவும் நீயாக
நானே நீயாக மாறியது ஏனோ..?

நீ வரும் அந்நாளை
எதிர்பார்த்து
எந்நாளும் காத்திருக்கும்
உன்னவள் இங்கு...!!

தீரா காதல்

என் காதலனே
என் கனவனே..

என் கவியே
என் காவியமே..

என் கவிஞனே
என் கள்வனே..

எப்படியடா சொல்வது
உன்மீது நான் கொண்ட காதலை..

மூன்று வார்த்தைகளில்
முடித்துவிட முடியுமா என்ன
என் காதலை..

தமிழ் அன்னையும்
தடுமாறி தான் போகிறாள்
தன்னிடமும் இதற்கான
வார்த்தை இல்லை என்று...!!

படைத்தவன் கூட பயம் கொள்வான்
எதிர்ப்பவன் கூட ஏமாந்து தான் போவான்

கலியுகத்திலும் இப்படி ஒரு காதலா என்று..!

எத்தனை காதல் காவியங்கள்
எத்தனை காதல் கவிதைகள்
எத்தனை காதல் கதைகள்
எத்தனை தான் காதலர்கள் இம்மண்ணில்

அத்தனையிலும்
அழகானது
ஆழமானது
பிடித்தமானது
நாமும் நம் காதலும் தானே...

பிரிக்க நினைப்பவர்கள் கூட
பித்தாகி தான் போவார்கள்
நம் காதலின் வலிமை கண்டு..

அளவு கடந்த என் காதலை
வெறும் வார்த்தைகளில்
அடக்கி விட முடியாது
என் அன்பனே..!!

நீ இல்லா இந்த
தருணங்களில் கூட
உன் நினைவுகளை
மெல்ல மெல்ல
ஆசைப் போட்டு
இளைப்பாறி கொண்டிருக்கிறது
என் இதயம்...!!

அணைத்துக் கொள்ள ஆசை

அணைத்துக் கொள்ள ஆசைப்படுகிறேன்

உன்னை அள்ளி எடுத்து
என் அங்கம் முழுதும்
அணைத்துக் கொள்ள ஆசைப்படுகிறேன்..

கண்ணீர் ததும்பும் போதும்
கவலைகள் சூழும் போதும்
அணைத்து கொள்ள ஆசைப்படுகிறேன்..

கோபத்தில் என்னை திட்டும் போதும்
கெஞ்சலுடன் உன்னை நான் கொஞ்சும் போதும்
அணைத்துக் கொள்ள ஆசைப்படுகிறேன்...

அன்பு காதல் பெருகும் போதும்
ஆசை காமம் அழைக்கும் போதும்
அணைத்துக் கொள்ள ஆசைப்படுகிறேன்...

என்னை மீறியும் அணைத்து விடுகிறேன்
எல்லாம் மறந்தும் உன்னை அணைத்து விடுகிறேன்...

மரணம் வந்து தழுவும் போதும்
உன் அணைப்பு ஒன்றே போதும் என்பேன் என்
என்னவனே...!!!

...✿✿✿...

யாவும் நீ

அன்பன் நீ
என் அரசன் நீ
ஆசை நீ
என் ஆசான் நீ
இன்பம் நீ
என் ஈதை நீ
உயிர் நீ
என் ஊனும் நீ
எண்ணம் நீ
என் ஏக்கம் நீ
ஐயன் நீ
என் ஐயமும் நீ
ஒளியும் நீ
என் ஓசையும் நீ
ஒளவியம் நீ
என் ஒளடதம் நீ
அகிலமும் நீ
என் அனைத்தும் நீ

எல்லாமும் எனக்கு நீ
என்றும் என்னவனாய் நீ..!!

ஆசை மச்சான்

ஐஞ்சாறு மாசம் ஆச்சு
ஆசைமச்சான் முகத்தை பாத்து
கடைசியா பாத்த நொடி
கண்ணுக்குள்ளே நிக்குதய்யா

கட்டிவச்ச மல்லி போல
என்ன நீயும் கட்டிப்புட்ட
கட்டிப்புட்டு அப்படியே
வாடிபோக விட்டுப்புட்ட

எருக்க செடி மொட்டு போல
ஏ மனசும் வெடிக்குதய்யா
எப்போ உன்ன பாப்பேனு
இதயமும் துடிக்குதய்யா

பொத்தி வச்ச ஆசை எல்லாம்
பத்தரமா இருக்குது
பொறுச்சு வச்ச அப்பளமா
ஏ மனசும் நொறுங்குது

வெளியூரு போனதால
என்ன நீயும் மறந்துட்டாயோ?
வெள்ளந்தி சிரிப்பு மச்சா
விட்டுப்புட நெனச்சுட்டாயோ?

எப்போ உன்ன பாப்பேனு
ஏங்குகிற இந்த புள்ள
ஏக்கம் தீர்க்க வாங்க மச்சா
எனக்கு போட்டி எவளும் இல்ல...

...✿✿✿...

சபிக்கப்பட்ட காதல்..

விலகியேயிரு உயிரே
என்னை விட்டு விலகியே இரு உயிரே..

நெருங்க நினைக்காதே என்னை
நான் இறைவனால் சபிக்கப்பட்டவளடா..

என்னை நெருங்கினால் நீயும்
சபிக்கப்பட்டவனாகி விடுவாய்..

என் காயங்களும் கண்ணீரும் என்னுடனே போகட்டும்
அதை என்னவனுக்கு தர விரும்பவில்லை
என் மனது..

கயவர்களுக்கு மத்தியில் கட்டுப்பட்டு கலங்கி நிற்கிறேன்
நம் காதலை வைத்துக் கொண்டு..

காலமே
பதில் சொல்லுமாயின்
காத்துக் கிடக்கிறேன்
அந்த காலத்தை
எதிர் நோக்கியபடி..

புரிந்து கொள் உயிரே
எதற்காக இவள் இப்படி செய்கிறாள் என்று

வார்த்தைகளால் உன்னை நான் கொல்கிறேன்
என்கிராயே

புரியவில்லையா உனக்கு
உனக்கு வலித்தால் எனக்கும் வலிக்கும் என்பது

புரியவில்லையடா உனக்கு
நீ வேறு நான் வேறு இல்லை என்பது..

கண்ணீர் குறையுமா..?

இது விற்பனைக்கு அல்ல

கவலைகள் தீருமா..?
உன் கரம் பிடிப்பேனா..?
இல்லை
என் கல்லறைக்கு செல்வேனா..?

என்றெல்லாம் தெரியவில்லை எனக்கு
ஆனால்,
ஒன்றை மட்டும் நினைவில் வை நான் என்றும்
உன்னவளாக உனக்காகவே வாழ்பவள் என்று...

புரியாத புதிர் ஆனாது வாழ்க்கை
புரிந்துக் கொள்ள முயற்சி செய்
பிரிந்து செல்ல இல்லையடா..

பூவாய் பிறந்தாலும் போர் களத்தின் மத்தியில் பிறந்து
விட்டேன்

அங்கு
காயங்களும் கண்ணீரும்
இழப்புகளும் தானே அதிகம்..

நான் சொல்லும் வார்த்தையின் வலியினையே உன்னால்
தாங்கி கொள்ள முடியாத போது

என் வாழ்வுக்குள் நீ வந்தால்
அந்த வலியினை எப்படி தாங்கிக் கொள்ள போகிறாய்...

எதையும் எதிர்க்கும் ஆண்மை உன்னுள் இருக்கலாம்
ஆனால்,
என்னை புரிந்துக் கொள்ளும் மனப்பான்மை இல்லையடா..

இப்படியே இருந்து விடாதே
இல்லையேல்
இவள் இறந்து தான் போவாள் இங்கு....!!!

...✿✿✿...

காதல் கொலைக்காரி

ஐம்பெரும் பூதத்து இயற்கை போல
அள்ளி அவள் அழகை நான் பாட

பொருநனின் போர் படையும்
போரை கைவிட்டு பூங்கொத்தை தான் ஏந்துமடி..!!

செங்கதிரோனும் தோற்றுப் போவான்
அவள் செங்கயல் விழிகளை காணும் போது

புண்பட்ட இதயமும் நோகுதடி
புறமெல்லாம் வெந்து சாகுதடி

ஓர பார்வையால ஒரு வார்த்தை சொல்லேன்
உன்னோடு நான் வருவேன்
உயிரையும் நான் தருவேன்

அகத்துல உள்ளதை
முகத்தை பார்த்து சொல்லேன்
ஆயுசு முழுமைக்கும்
உன்னோட அடிமையாய் வாழ்ந்திடுவேன்..!!

பொய் ஒன்றும் வேண்டாம் பெண்ணே
மெய்யான ஒரு வார்த்தை போதும் கண்ணே
கைபிடித்து
காலம் முழுதும்
கண்ணுள்ளே வைத்து காத்து நிப்பேன்..!!

வெண் மதியே
என் கதியே
வெள்ளை புறாவே
கொள்ளை நிலாவே

கொல்லாதடி என்னை
குமுறுகிறது இதயம்..!

கொஞ்சல் மொழி பேசிடும்
காதல் கொலைக்காரியே
உன்னை கூண்டில் இட போறேனடி

விடுதலையும் கிடையாது
விமோசனமும் கிடையாது
என்றும் ஆயுள் கைதி தான்
என் அக வீட்டில் நீ..!!

அஞ்சனகிரியே அருள் புரிவாயாக
மஞ்சனமாய் ஓடும்
இம்மங்கையின் காதலை பருகுவதற்கு..!!

...✿✿✿...

கலியுக காதல்

எந்த ஒரு நேரத்திலும்
எந்த ஒரு இடத்திலும்
உன்னை விட்டு விலக மாட்டேன்
விட்டுக் கொடுத்து பேசவும் மாட்டேன்

எந்த ஒரு சமயத்திலும்
எந்த ஒரு சந்தர்ப்பத்திலும்
உன்னை சந்தேகப்பட மாட்டேன்
அதற்காக உன்னை பிரிந்து
செல்லவும் மாட்டேன்

இதுவரை யாரும் கண்டிராத ஒரு காதலை
உன்னோடு நான் கொண்டேன்
இதுவரை யாரும் வாழ்ந்திடாத ஒரு வாழ்வை
உன்னோடு நான் வாழ்வேன்

உன் மூச்சை சுவாசித்தே
என் இதயம் துடிக்கும்
உன் அருகிலே என்னுயிர் பிழைக்கும்

சிறு தூசும் உன்னை அண்ட விடமாட்டேன்
ஒரு துளி கண்ணீரும் சிந்த விடமாட்டேன்
உன் ஒரு புன்னகைக்காக
என் இன்னுயிரையும் தருவேன் நான்..!

உனக்காக எதையும் செய்வேன்
அந்த எமனையும் கூட எதிர்ப்பேன்..

உன்னோடு வாழப் போகும்
இந்த வாழ்க்கையில்
ஆடம்பரம் தேவையில்லை
ஆஸ்தியும் தேவையில்லை

அழியா உன் அன்பு
ஒன்றே போதும் என்பேன்
என் ஆயுள் வரை..!!

வாய்ப் பேச்சுக்கள் ஏதும் இல்லை இதில்
வாழ்ந்துக் காட்டுகிறேன் இந்த வாழ்வை
உன்னோடு..!!

அன்பின் சாசனம்

அழாதே ஆருயிரே
அன்னையாய் என்றும்
உன் அருகிலே இருப்பேன் நான்

கலங்காதே என் காவியமே
காலம் யாவும் கண்ணுள் வைத்து
உன்னை காத்து நிற்பேன் நான்..

விழும் நேரத்தில் உன்னை தாங்கிக் கொள்வேன்
நீ அழும் நேரத்தில் உன்னை அணைத்துக் கொள்வேன்..

தோழியாய் தோளும் தருவேன்
துணைவியாய் வாழ்நாள் முழுதும்
துணையாக வருவேன்..

உன் சிரிப்பை தவிர
உன் இன்பத்தை தவிர
உன் நிம்மதியே தவிர

வேறு எதுவும் என் நினைவில் இல்லை
அதை நான் நினைத்தும் இல்லை..

இவ்வுயிர் இவ்வுடலில் இருக்கும் வரை
உன்னை கலங்க விட மாட்டேன்
கண்ணீர் சிந்தவும் விட மாட்டேன்..

எனக்காக ஏதும் செய்ய வேண்டாம் நீ
என்றும் இதேபோல் காதல் மட்டும் செய்

அது போதும் இந்த அகதிக்கு
ஆயுள் முழுவதும்
உன் அடிமையாகவே வாழ்ந்திடுவேன்..!!!

எல்லாமும் என் அவனே..

என்னருகே நீ இருக்க
என் சோகம் நான் மறக்க
உன் தோளில் நான் சாய
உலகத்தையே மறந்தேனே..

என்னவனாய் என்னருகே
என்றென்றும் நீ வேண்டும்
மன்னவனாய் மாலைச்சூடி
மாங்கல்யம் தர வேண்டும்

என்னவென்று நான் சொல்ல
என் எல்லாமும் நீ தானே
உன்னவளாய் இங்கிருக்கேன்
உனக்காகவே நான் வாழ்வேனே..!!

...✿✿✿...

தொட்டாசிணுங்கி

எட்ட நிக்கும் உன்ன பாக்க
ஏ மனசு பரிதவிக்கும்
கிட்ட நீயும் நெருங்கி வந்தா
உள்ளுக்குள்ளே படப்படக்கும்

திட்டிவிடும் பாம்பு போல
என்ன நீயும் பார்க்காதே
பார்வை மேல காந்தம் வச்சு
ஏ மனச இழுக்காதே

கிட்ட வந்து தொட்டு பார்க்க
ஆசைப் பட்டு நானும் வந்த
தொட்டு பார்த்து நொந்துப் போனே
தொட்டாசிணுங்கி உன்ன கண்டு..!!

மச்சக்கார மச்சினி

பொழுது சாயும் நேரத்துல
புல்லருக்க போரவளே
வம்புக்கு நானும் வாரே
மச்சினி உன்ன மல்லுக்கு இழுக்க போரே

கட்டுடம்பில் மச்சம் வச்சு
காமதேவன் படைச்சுட்டானோ
மச்ச உள்ள இடம் மட்டும்
என்ன பிச்சு திண்ண பாக்குதடி

நச்சென இருக்கும் மச்சம்
உச்சு கொட்ட வைக்குதடி
இச்சுனு ஒன்னு தாயேன்
இவன் இன்னொரு பிறவியும் எடுத்து வருவான்

அள்ளிக் கொள்ள ஆசைப் பட்டு
கிட்ட நானும் போகையில
தள்ளிப் போங்க மச்சானு
புள்ளி மான்னாட்டம் ஓடுனவளே

மச்சகார மச்சினியே
ஓ மச்சத்தால மயக்குனியே
மஞ்சப் பூசும் உடம்பு மேல
இந்த மாமனையும் கொஞ்சம் பூசேன்டி..!!!

...❀❀❀...

அன்பின் அரசி

அன்பனே
என்னதான் நீ என்னை
உன் அன்பால் அடிமை செய்தாலும்
நான் உன் உயிரின் வழி
ஊடுருவி
இதயக் கோட்டையை முற்றுகையிட்டு
யாராலும் அபகரிக்க முடியா
ஓர் சிம்மாசனத்தில் அமர்ந்துள்ளேன்..

அடிமையாய் அல்ல
உன்னை ஆளும் அரசியாய்..!!!

...❀❀❀...

தனிமையின் காதலி

தனிமை
ஒரு சிலரை மேதையாக்கும்
ஒரு சிலரை பித்தனாக்கும்

தனிமை
ஒரு சிலரை தெளிவாக்கும்
ஒரு சிலரை குழப்பயாக்கும்

தனிமை
ஒரு சிலரை விடுதலை செய்யும்
ஒரு சிலரை கைது செய்யும்

தனிமையில் இன்னும் எத்தனை வகைகள் இருந்தாலும்
அத்தனையும் எனக்கு பழக்கப்பட்டவையே..

சாம்பலாகி என் ஆத்மா
சாந்தி அடைந்தாலும்
சாகாது என்னுடனான இந்த தனிமை மட்டும்..!!!

...✿✿✿...

நித்திரை இல்லா நிலவு

நித்திரையே
தொலைத்த
நிலவிற்க்கு
நித்தமும்
தாலாட்டு பாடுகிறது
நின் அவனின் நினைவுகள்…!!!

...✿✿✿...

கண்ணீர்

விழியோரம்
துளிர் விடும்
விழி நீரை
விரல் தொட்டு
மறைக்கிறேன்
நீ விரும்ப மாட்டாய்
என்பதற்காக..!!!

உறங்க கொஞ்சம் இடம் வேண்டும்

உறக்கம் கலைத்த இரவே
உறங்காத நிலவே
உறங்க கொஞ்சம் இடம் தா
அவன் நினைவுகளை
உளறலாக கொண்டு
உலாவும் இவளுக்கு
உறங்க கொஞ்சம் இடம் தா..!!!

...✿✿✿...

மழைத்துளி

ஜன்னலில் தேங்கும்
மழை நீரில்
உன் பெயரை
எழுதி அழகு பார்க்கிறது
என் விரல்கள்..!!

தற்கொலை

அவனுக்காய் வரைந்த
காதல்
ஓவியங்கள்
அனைத்தும்
அவன் ரசிக்காததால்
அழுது அழுது
தன்னைத்தானே
அழித்துக் கொள்கின்றன..!!!

...✿✿✿...

கவிதையின் இனிமை

கவிதைகள் போலவே
இனிமையானது
என் அவனின்
கோபமும்
கொஞ்சலும்...!!

நினைவின் நிதர்சனம்

உறங்கும் போதும்
உறங்கிடா
உன் நினைவுகள்
உளறல் மொழி
பேச்சுகளாக..!!!

காதல்

தொலைந்து போன
இரு உள்ளங்களின்
தேடல்
காதல்...!!

என்னவன்

என்னை பற்றி நான் அறியாததையும் அறிந்தவன்
என் சிந்தனையே கவர்ந்தவன்
என் சிந்தையில் நிறைந்தவன்...

என்னை பற்றி முழுமையாய் புரிந்தவன்
அகிலத்தில் உள்ள அனைத்து அன்பையும் எனக்காய்
தந்தவன்...

என் கவிஞனானவன்
என் மனம் கவர்ந்த கள்வனானவன்...

அவன் என்றும் என்னவன் எனக்கானவன்...!!!
எனக்கானவன்...!!!

 ...✿✿✿...

என்றென்றும் நீ வேண்டும்

வாழும் காலம் யாவும்
உன் முகம் பார்த்து வாழ்ந்திட வேண்டும்

சாகும் நொடிதனில்
உன் மடி சாய்ந்து மடிந்திட வேண்டும்...

இனி வரும் பிறவிகளிலும்
உனக்காகவே நான் பிறந்திட வேண்டும்

ஏழு ஏழு ஜென்மமும்
உன் மனைவியாகவே இம்மண்ணில் உதித்திட வேண்டும்...

தீரா நம் காதல்
அணையா தீபமாய் சுடர்விட வேண்டும்

திக்கெங்கும் அது பரவி
திசையெல்லாம் புகழ்ந்திட வேண்டும்...

வேண்டும்
வேண்டும்
வேண்டும்

என்றென்றும் நீ வேண்டும்
எனக்கு மட்டுமாய் உன் காதல் வேண்டும்...!!!

... ✿✿✿...